Impressum
Verlag: BABADADA GmbH, Nedderfeld 112 , 22529 Hamburg
Geschäftsführer / Verlagsleitung: Harald Hof
Druck: Books on Demand GmbH, In de Tarpen 42, 22848 Norderstedt

Imprint
Publisher: BABADADA GmbH, Nedderfeld 112 , 22529 Hamburg, Germany
Managing Director / Publishing direction: Harald Hof
Print: Books on Demand GmbH, In de Tarpen 42, 22848 Norderstedt, Germany

escuela

trường học

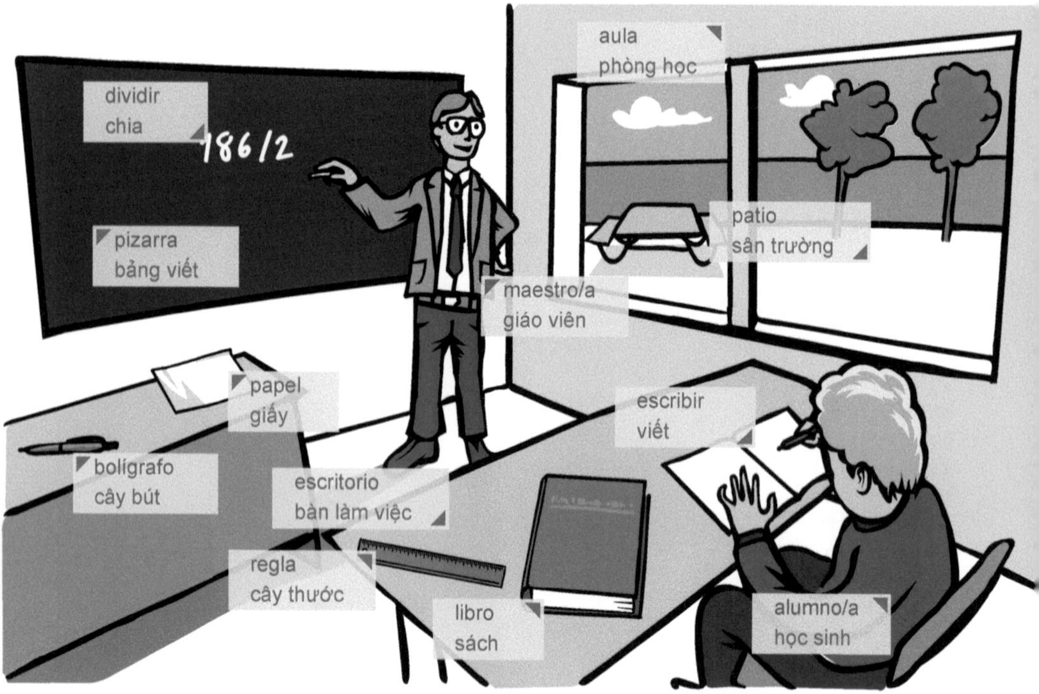

aula
phòng học
dividir
chia
186/2
pizarra
bảng viết
patio
sân trường
maestro/a
giáo viên
papel
giấy
escribir
viết
bolígrafo
cây bút
escritorio
bàn làm việc
regla
cây thước
libro
sách
alumno/a
học sinh

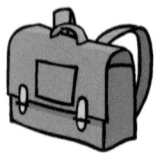

cartera

cặp đeo vai học sinh

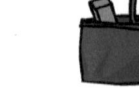

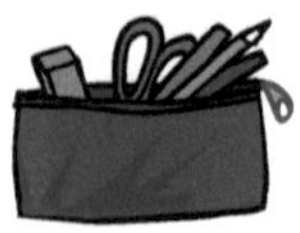

caja de lápices

hộp đựng bút

lápiz

bút chì

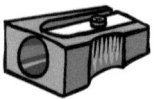

sacapuntas

cái gọt bút chì

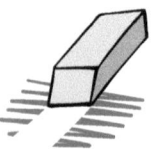

goma de borrar

cục tẩy

cuaderno de dibujo

tập giấy vẽ

dibujo
bản vẽ

pincel
cọ vẽ

caja de pinturas
hộp mực vẽ

tijeras
cây kéo

pegamento
keo dán

cuaderno de ejercicios
sách bài tập

deberes
bài tập ở nhà

número
số

2+2

sumar
cộng

5-2

restar
trừ

multiplicar
nhân

calcular
tính toán

A

letra
chữ cái

alfabeto
bảng chữ cái

palabra
từ

texto

văn bản

leer

đọc

tiza

phấn viết

lección

bài học

cuaderno de notas

sổ lớp

examen

thi kiểm tra

certificado

chứng chỉ

uniforme escolar

đồng phục học sinh

educación

giáo dục

enciclopedia

từ điển bách khoa

universidad

đại học

microscopio

kính hiển vi

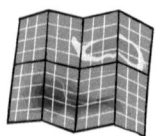

mapa

bản đồ

papelera

thùng rác giấy

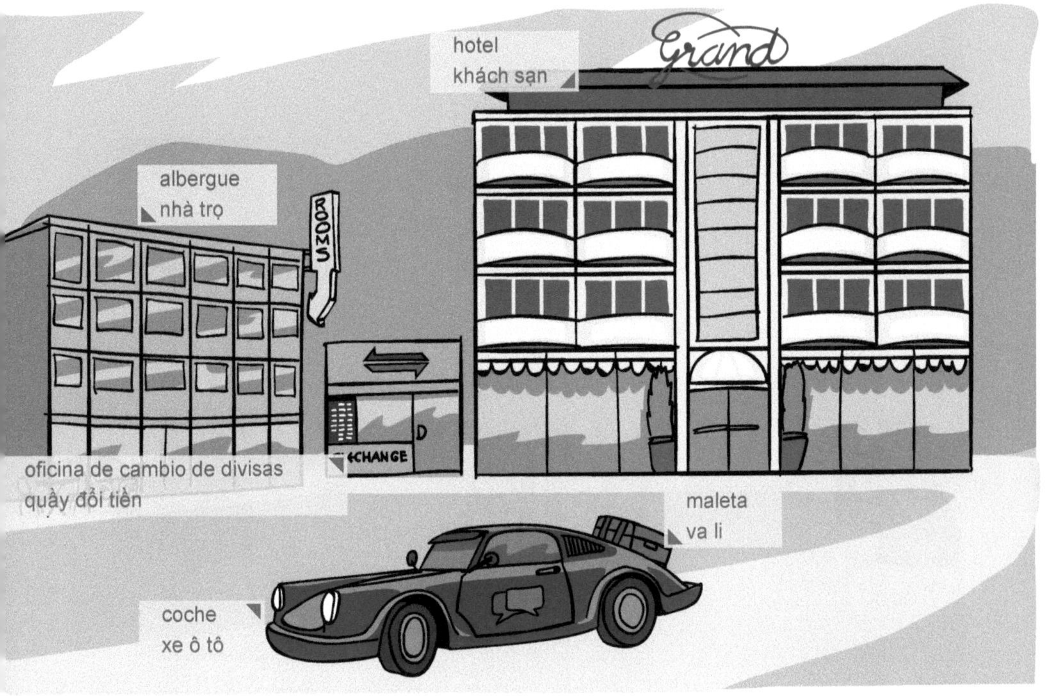

hotel
khách sạn
Grand
albergue
nhà trọ
ROOMS
oficina de cambio de divisas
quầy đổi tiền
CHANGE
maleta
va li
coche
xe ô tô

idioma
ngôn ngữ

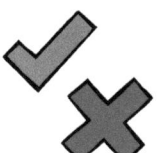

sí / no
có / không

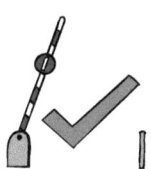

Vale
ô kê

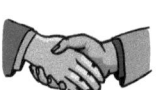

hola
Xin chào

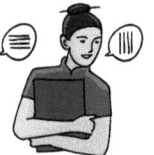

traductor
thông dịch viên

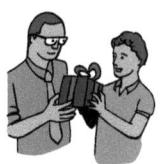

Gracias
cám ơn

¿cuánto es...?

... bao nhiêu tiều?

No entiendo

tôi không hiểu

problema

vấn đề

¡Buenas tardes!

Xin chào! (buổi tối)

¡Buenos días!

xin chào! (buổi sáng)

¡Buenas noches!

chúc ngủ ngon!

adiós

tạm biệt

dirección

hướng đi

equipaje

hành lý

bolsa

túi xách

mochila

túi ba lô

invitado

khách

habitación

phòng

saco de dormir

túi ngủ

tienda de campaña

lều

información turística

thông tin du lịch

playa

bãi biển

tarjeta de crédito

thẻ tín dụng

desayuno

ăn sáng

almuerzo

ăn trưa

cena

ăn tối

billete

vé xe

ascensor

thang máy

sello

tem bưu điện

frontera

biên giới

aduana

hải quan

embajada

đại sứ quán

visa

thị thực

pasaporte

hộ chiếu

transporte
vận chuyển

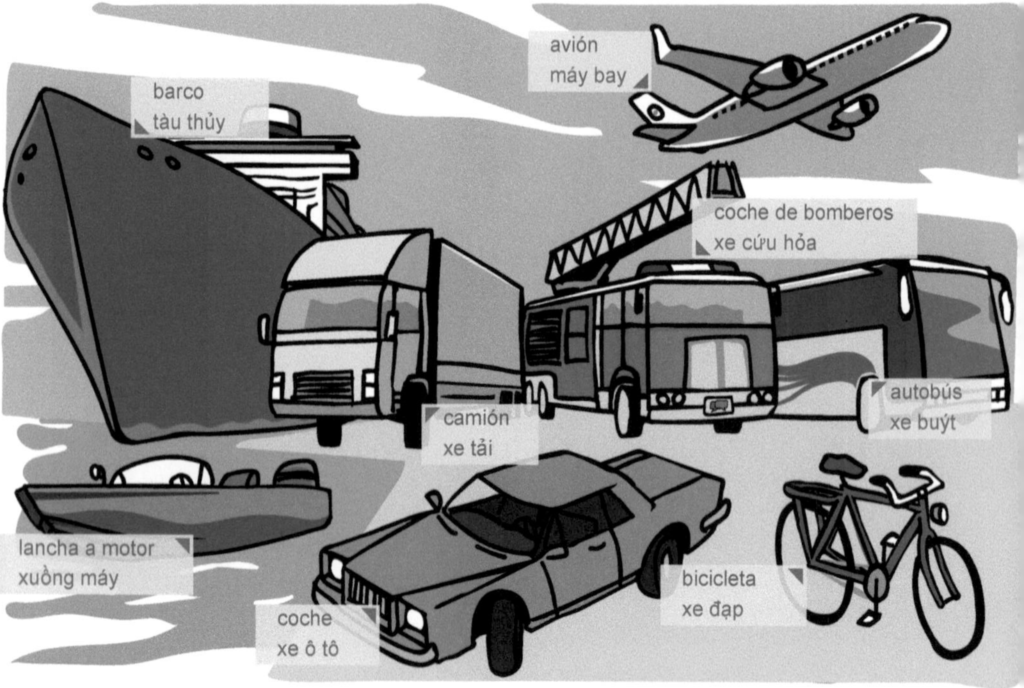

avión
máy bay
barco
tàu thủy
coche de bomberos
xe cứu hỏa
autobús
xe buýt
camión
xe tải
lancha a motor
xuồng máy
bicicleta
xe đạp
coche
xe ô tô

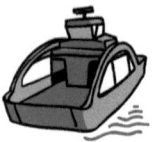

transbordador

phà

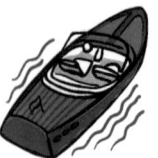

barca

xuồng

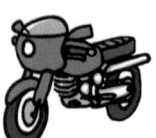

moto

xe máy

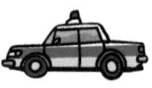

coche de policía

xe cảnh sát

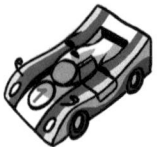

coche de carreras

xe đua

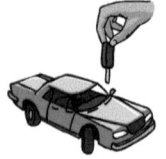

coche de alquiler

xe cho thuê

préstamo de vehículos

dịch vụ thuê xe tự lái

grúa

xe kéo cứu hộ

camión de la basura

xe rác

motor

động cơ

gasolina

xăng

gasolinera

trạm xăng

señal de tráfico

biển báo giao thông

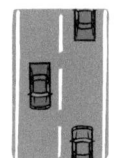

tráfico

giao thông

atasco

ách tắc giao thông

aparcamiento

bãi đậu xe

estación de tren

nhà ga

vías

đường ray

tren

xe lửa

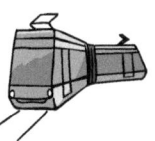

tranvía

tàu điện

vagón

toa xe

transporte - vận chuyển

9

helicóptero

máy bay trực thăng

aeropuerto

sân bay

torre

tháp

pasajero

hành khách

contenedor

côngtenơ

caja de cartón

thùng các-tông

carretilla

xe đẩy

cesta

cái giỏ

despegar / aterrizar

cất cánh / hạ cánh

ciudad

thành phố

pueblo

làng

centro de ciudad

trung tâm thành phố

casa

nhà

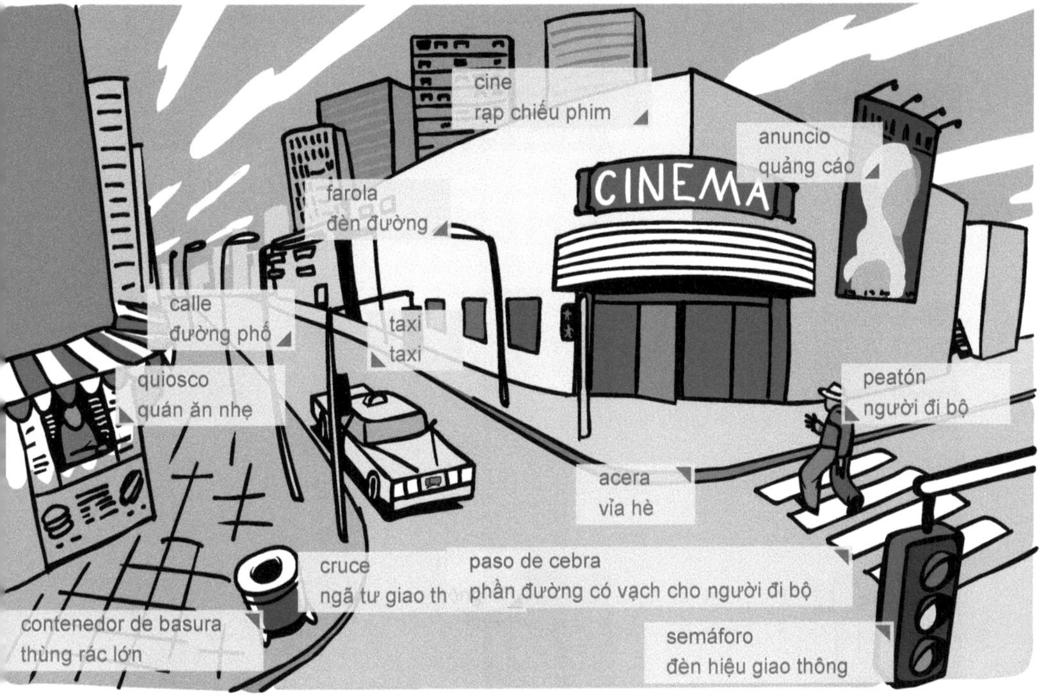
cine
rạp chiếu phim
CINEMA
anuncio
quảng cáo
farola
đèn đường
calle
đường phố
taxi
taxi
quiosco
quán ăn nhẹ
peatón
người đi bộ
acera
vỉa hè
cruce
ngã tư giao th
paso de cebra
phần đường có vạch cho người đi bộ
contenedor de basura
thùng rác lớn
semáforo
đèn hiệu giao thông

cabaña

nhà chòi

apartamento

căn hộ

estación de tren

nhà ga

ayuntamiento

tòa thị chính

MUSEUM

museo

viện bảo tàng

escuela

trường học

universidad

đại học

banco

ngân hàng

hospital

bệnh viện

hotel

khách sạn

farmacia

hiệu thuốc

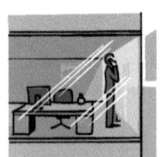

oficina

văn phòng

librería

hiệu sách

tienda

cửa hiệu

floristería

cửa hiệu bán hoa

supermercado

siêu thị

mercado

chợ

grandes almacenes

cửa hàng bách hóa

pescadería

người bán cá

centro comercial

trung tâm mua bán

puerto

bến cảng

parque

công viên

banco

ghế băng

puente

cầu

escaleras

cầu thang

metro

tàu điện ngầm

túnel

đường hầm

parada de autobús

trạm xe buýt

bar

quán bar

restaurante

khách sạn

buzón

hòm thư công cộng

poste indicador

bảng hiệu đường

parquímetro

đồng hồ đậu xe

zoo

vườn bách thú

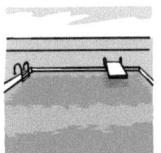

piscina

bể bơi

mezquita

nhà thờ Hồi giáo

granja

nông trại

contaminación

ô nhiễm môi trường

cementerio

nghĩa trang

iglesia

nhà thờ

patio de juego

sân chơi

templo

ngôi đền

paisaje
phong cảnh

hoja
lá cây

señal
bảng chỉ đường

camino
lối đi

prado
bãi cỏ

piedra
hòn đá

árbol
cây

excursionista
người đi bộ đường dài

río
sông

hierba
cỏ

flor
bông hoa

valle

thung lũng

colina

đồi

lago

hồ nước

bosque

rừng

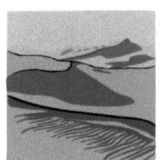

desierto

sa mạc

volcán

núi lửa

castillo

lâu đài

arcoíris

cầu vồng

champiñón

nấm

palmera

cây cọ

mosquito

con muỗi

mosca

con ruồi

hormiga

con kiến

abeja

con ong

araña

con nhện

escarabajo

bọ cánh cứng

rana

con ếch

ardilla

con sóc

erizo

con nhím

liebre

con thỏ

lechuza

con cú

pájaro

con chim

cisne

thiên nga

jabalí

heo rừng

ciervo

con hươu

alce

nai sừng tấm

presa

đê

turbina eólica

tuabin gió

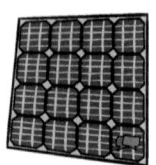

panel solar

tấm năng lượng mặt trời

clima

khí hậu

camarero
bồi bàn

menú
thực đơn

silla
ghế

sopa
súp

pizza
bánh pizza

cubertería
bộ dao nĩa ăn

mantel
khăn trải bàn

primer plato
món ăn khai vị

plato principal
món ăn chính

postre
món tráng miệng

bebidas
thức uống

comida
thức ăn

botella
cái chai

comida rápida

thức ăn nhanh

comida callejera

thức ăn đường phố

tetera

ấm trà

azucarero

hộp đường

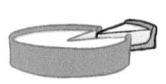

porción

khẩu phần

cafetera expreso

máy pha espresso

trona

ghế cao

cuenta

hóa đơn

bandeja

khay

cuchillo

dao

tenedor

nĩa

cuchara

thìa

cucharilla

thìa uống trà

servilleta

khăn ăn

vaso

cốc thủy tinh

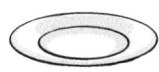

plato

đĩa

plato hondo

đĩa súp

platillo

đĩa lót cốc

salsa

nước sốt

salero

lọ muối

molinillo de pimienta

cái xay tiêu

vinagre

giấm

aceite

dầu

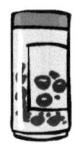

especias

gia vị

ketchup

nước xốt cà chua

mostaza

tương hạt cải

mayonesa

nước sốt mayonnaise

supermercado
siêu thị

oferta especial
chào giá đặc biệt
FOR
cliente
khách hàng
lácteos
sản phẩm từ sữa
fruta
trái cây
carro de la compra
xe đẩy mua sắm

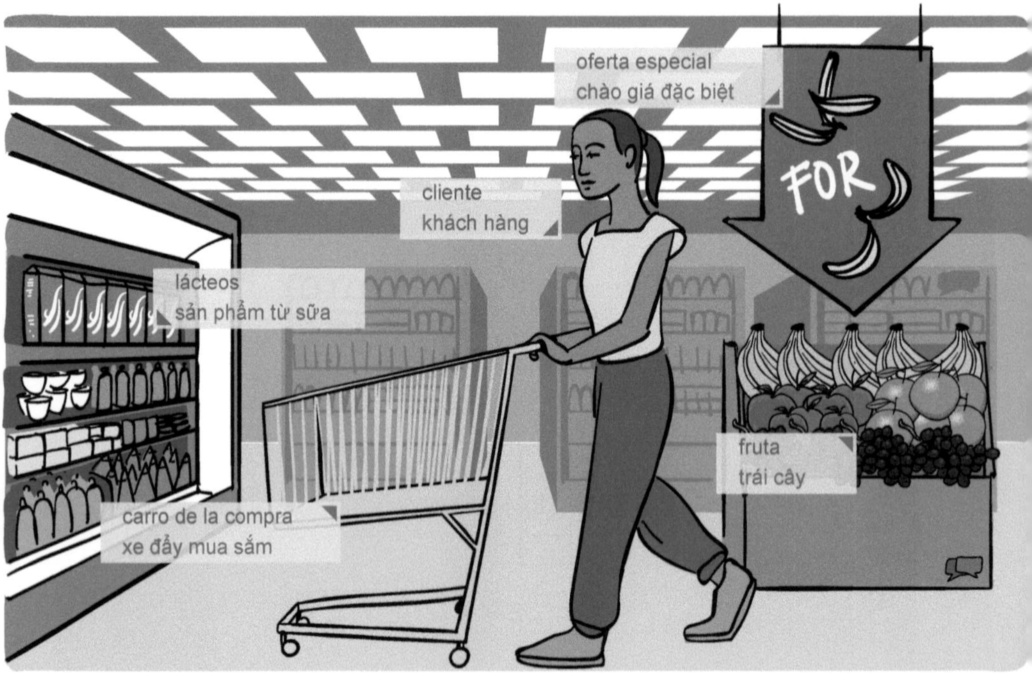

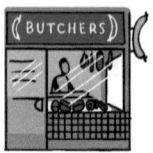

BUTCHERS

carnicería

lò mổ

BAKERY

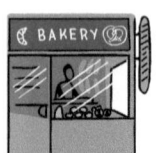

panadería

cửa hiệu bán bánh mì

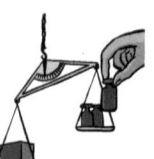

pesar

cân nặng

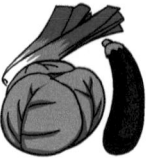

verduras

rau quả

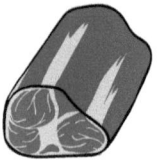

carne

thịt

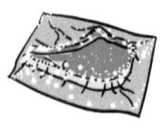

alimentos congelados

thức ăn đông lạnh

fiambres

lát thịt nguội

conservas

đồ hộp

detergente en polvo

bột giặt

dulces

đồ ngọt

productos de uso doméstico

sản phẩm dùng trong gia đình

productos de limpieza

chất tẩy rửa

vendedora

người bán hàng

caja

quầy trả tiền

cajero

nhân viên thu ngân

lista de la compra

danh sách mua sắm

horario de atención al público

giờ mở cửa

cartera

ví tiền

tarjeta de crédito

thẻ tín dụng

bolsa

túi đeo

bolsa de plástico

túi ny lông

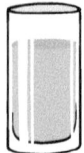

agua

nước

zumo

nước quả ép

leche

sữa

cola

coca-cola

vino

rượu vang

cerveza

bia

alcohol

cồn

cacao

cacao

té

trà

café

cà phê

expreso

espresso

capuchino

cappuccino

plátano

chuối

manzana

quả táo

naranja

quả cam

melón

dưa hấu

limón

chanh

zanahoria

cà rốt

ajo

tỏi

bambú

tre

cebolla

củ hành

champiñón

nấm

avellanas

hạt dẻ

fideos

mì

espagueti

mì spaghetti

arroz

cơm

ensalada

xà lách

patatas fritas

khoai tây chiên

patatas fritas

khoai tây chiên

pizza

bánh pizza

hamburguesa

bánh hamburger

sándwich

bánh mì sandwich

filete

thịt côtlet

jamón

thịt giăm bông

salami

xúc xích

salchicha

dồi

pollo

gà

asado

rán

pescado

cá

copos de avena

cháo yến mạch

muesli

cháo muesli

copos de maíz

bánh bột ngô nướng

harina

bột mì

cruasán

bánh sừng bò

panecillo

bánh mì

pan

bánh mì

tostada

bánh mì nướng

galletas

bánh bích quy

mantequilla

bơ

cuajada

sữa đông

pastel

bánh ngọt

huevo

trứng

huevo frito

trứng rán

queso

pho mát

comida - thức ăn

helado

kem

azúcar

đường

miel

mật ong

mermelada

mứt

crema de turrón

kem nougat

curry

cà ri

granja
nông trại

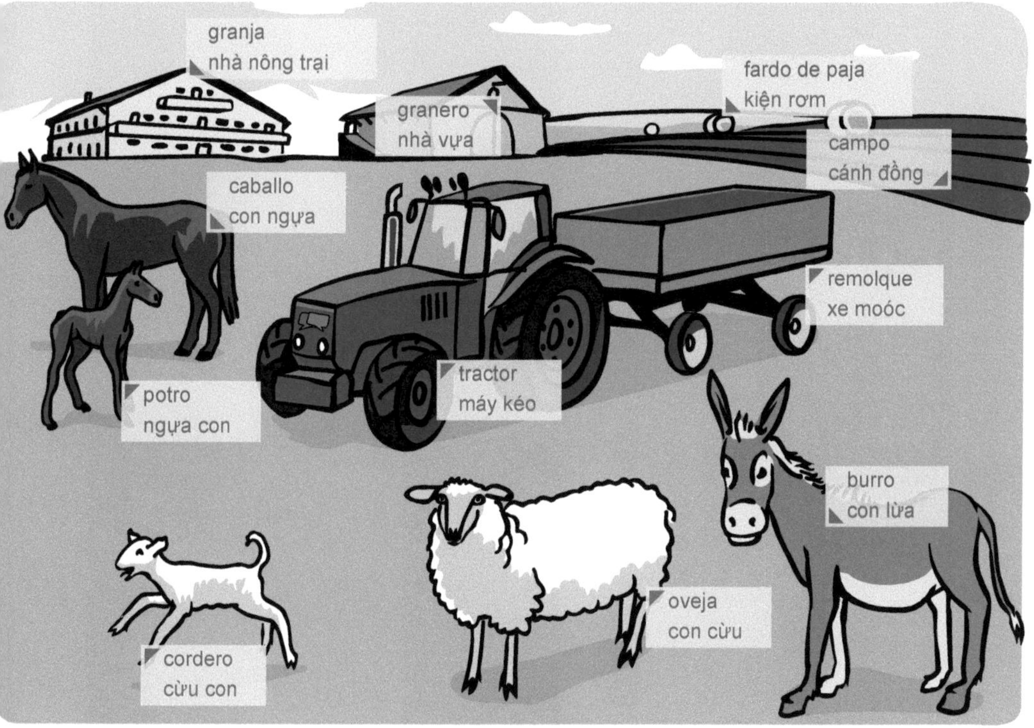

granja
nhà nông trại
granero
nhà vựa
fardo de paja
kiện rơm
campo
cánh đồng
caballo
con ngựa
remolque
xe moóc
tractor
máy kéo
potro
ngựa con
burro
con lừa
oveja
con cừu
cordero
cừu con

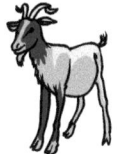

cabra

con dê

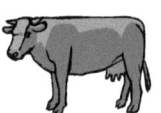

vaca

con bò

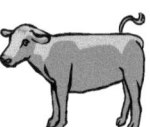

ternero

con bê

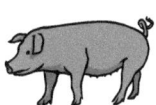

cerdo

con lợn

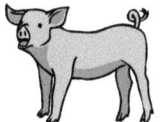

cerdito

lợn con

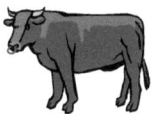

toro

bò đực

ganso

con ngỗng

pato

con vịt

pollo

gà con

gallina

gà mái

gallo

gà trống

rata

con chuột

gato

mèo

ratón

chuột nhắt

buey

bò đực

perro

con chó

perrera

nhà chuồng chó

manguera

ống tưới vườn cây

regadera

thùng tưới cây

guadaña

lưỡi hái

arado

cái cày

hoz

cái liềm

azada

cái cuốc

horca

cái chĩa

hacha

cái rìu

carretilla

xe cút kít

abrevadero

máng ăn

lechera

lọ sữa

saco

bao tải

valla

hàng rào

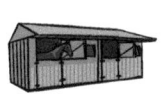

establo

chuồng

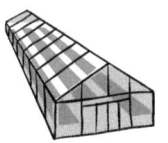

invernadero

nhà kính trồng cây

suelo

đất trồng

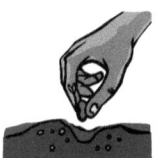

semilla

hạt giống

fertilizador

phân bón

cosechadora

máy gặt đập liên hợp

cosechar

thu hoạch

cosecha

mùa thu hoạch

ñame

khoai lang

trigo

lúa mì

soja

đậu nành

patata

khoai tây

maíz

ngô

semilla de colza

hạt cải dầu

árbol frutal

cây ăn trái

mandioca

sắn

cereales

ngũ cốc

casa
nhà

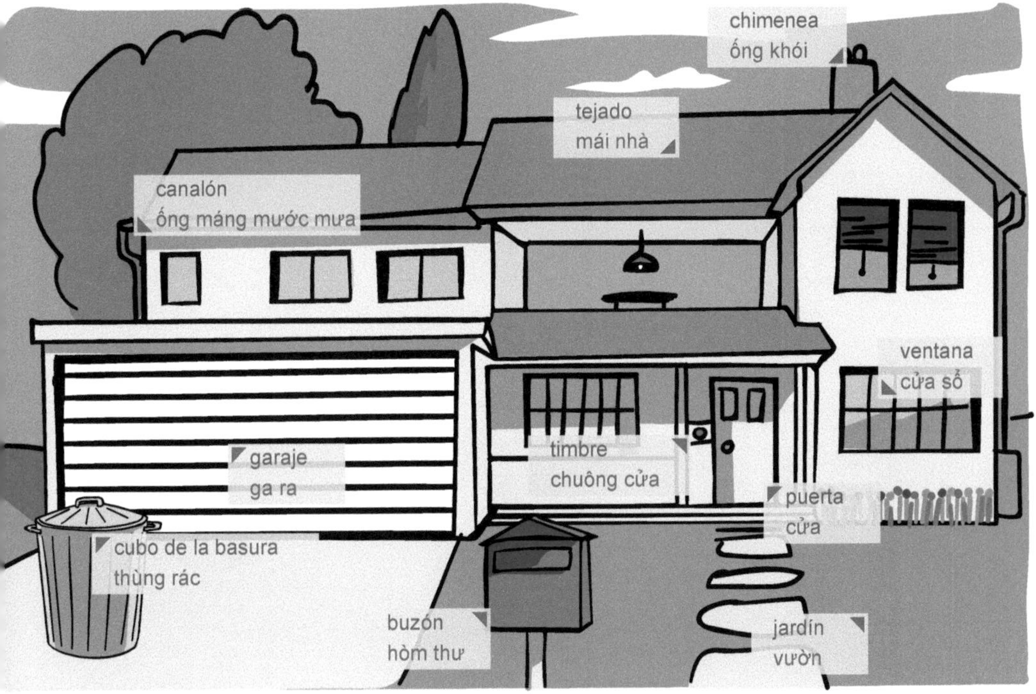
chimenea
ống khói
tejado
mái nhà
canalón
ống máng mưới mưa
ventana
cửa sổ
garaje
ga ra
timbre
chuông cửa
puerta
cửa
cubo de la basura
thùng rác
buzón
hòm thư
jardín
vườn

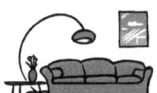

sala

phòng khách

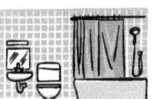

cuarto de baño

phòng tắm

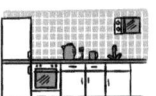

cocina

bếp

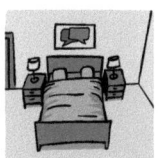

dormitorio

phòng ngủ

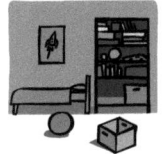

habitación de los niños

phòng trẻ em

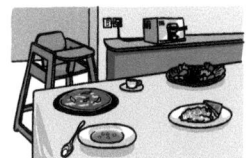

comedor

phòng ăn

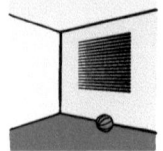

suelo

nền nhà

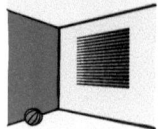

pared

tường

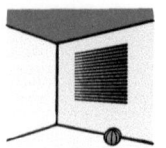

techo

trần nhà

sótano

tầng hầm

sauna

tắm hơi

balcón

ban công

terraza

sân hiên

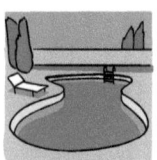

piscina

bể bơi

cortacésped

máy cắt cỏ

sábana

khăn trải giường

colcha

khăn trải giường

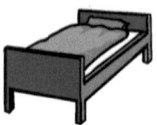

cama

giường

escoba

chổi

balde

cái xô

interruptor

công tắc điện

casa - nhà

sala
phòng khách

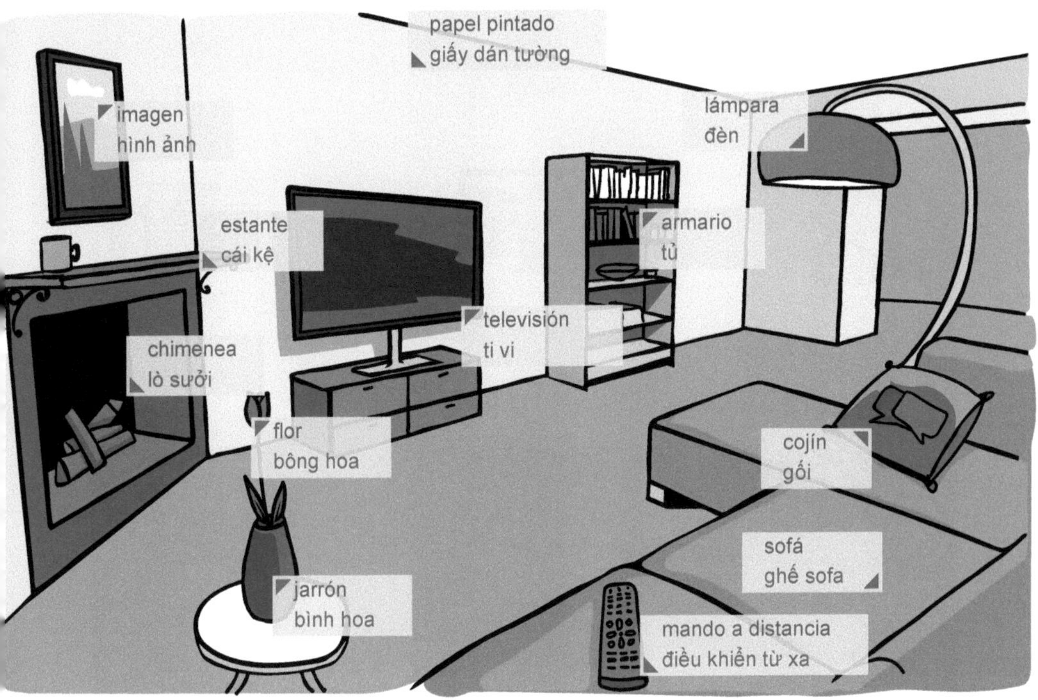

papel pintado
giấy dán tường
imagen
hình ảnh
lámpara
đèn
estante
cái kệ
armario
tủ
televisión
ti vi
chimenea
lò sưởi
flor
bông hoa
cojín
gối
sofá
ghế sofa
jarrón
bình hoa
mando a distancia
điều khiển từ xa

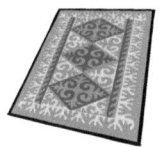

alfombra

thảm

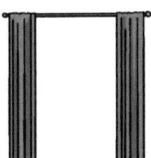

cortina

rèm

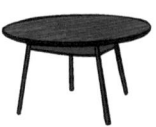

mesa

cái bàn

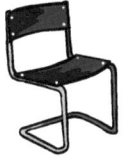

silla

ghế

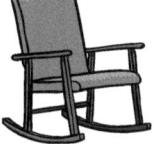

mecedora

ghế bập bênh

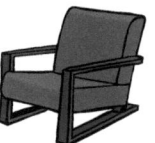

butaca

ghế bành

libro

sách

manta

cái chăn

decoración

đồ trang trí

leña

củi

película

phim

equipo de música

máy hi-fi

llave

chìa khóa

periódico

báo

pintura

bức tranh

póster

áp phích

radio

radio

cuaderno

sổ ghi chép

aspiradora

máy hút bụi

cactus

cây xương rồng

vela

cây nến

cocina
bếp

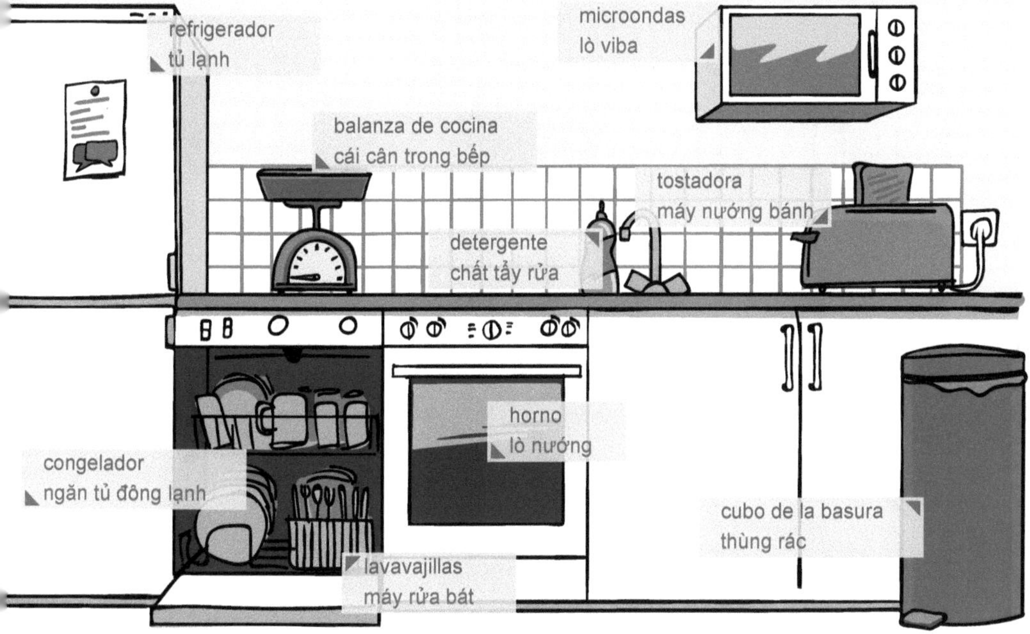

refrigerador
tủ lạnh
microondas
lò viba
balanza de cocina
cái cân trong bếp
tostadora
máy nướng bánh
detergente
chất tẩy rửa
horno
lò nướng
congelador
ngăn tủ đông lạnh
cubo de la basura
thùng rác
lavavajillas
máy rửa bát

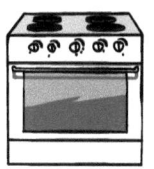

olla a presión
lò nấu

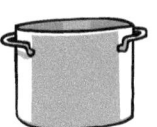

olla
nồi

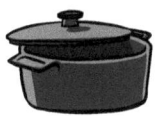

olla de hierro fundido
nồi sắt

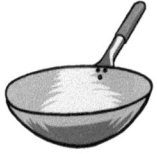

wok / karahi
chảo

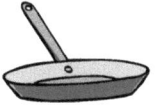

cazuela
chảo

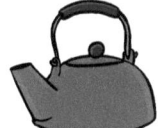

hervidor
ấm đun nước

vaporera

nồi đun hơi

chapa de horno

khay lò nướng

vajilla

bát đĩa

taza

cốc

tazón

cái bát

palillos

đũa

cucharón

cái vá

espumadera

bàn xẻng

batidor

que đánh kem

colador

rây dùng trong bếp

cedazo

cái rây lọc

rallador

cái nạo

mortero

vữa

barbacoa

vỉ nướng

hoguera

ngọn lửa trần

tabla de picar

cái thớt

rodillo

trục cán bột

sacacorchos

cái mở nút chai

lata

vỏ đồ hộp

abrelatas

cái mở vỏ đồ hộp

agarrador

miếng nhắc nồi

lavabo

bồn rửa bát

cepillo

bàn chải

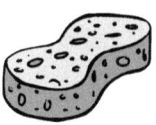

esponja

miếng xốp

batidora

máy xay

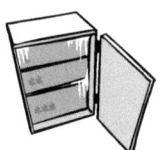

congelador

tủ đông lạnh

biberón

bình sữa cho trẻ sơ sinh

grifo

vòi nước

cuarto de baño

phòng tắm

calefacción
lò sưởi
toalla
khăn lau
ducha
vòi hoa sen
cortina de la ducha
rèm che ngăn tắm
baño de espuma
tắm bọt
bañera
bồn tắm
vaso
cốc thủy tinh
lavadora
máy giặt
grifo
vòi nước
baldosas
gạch lát
orinal
cái bô
lavabo
bồn rửa bát

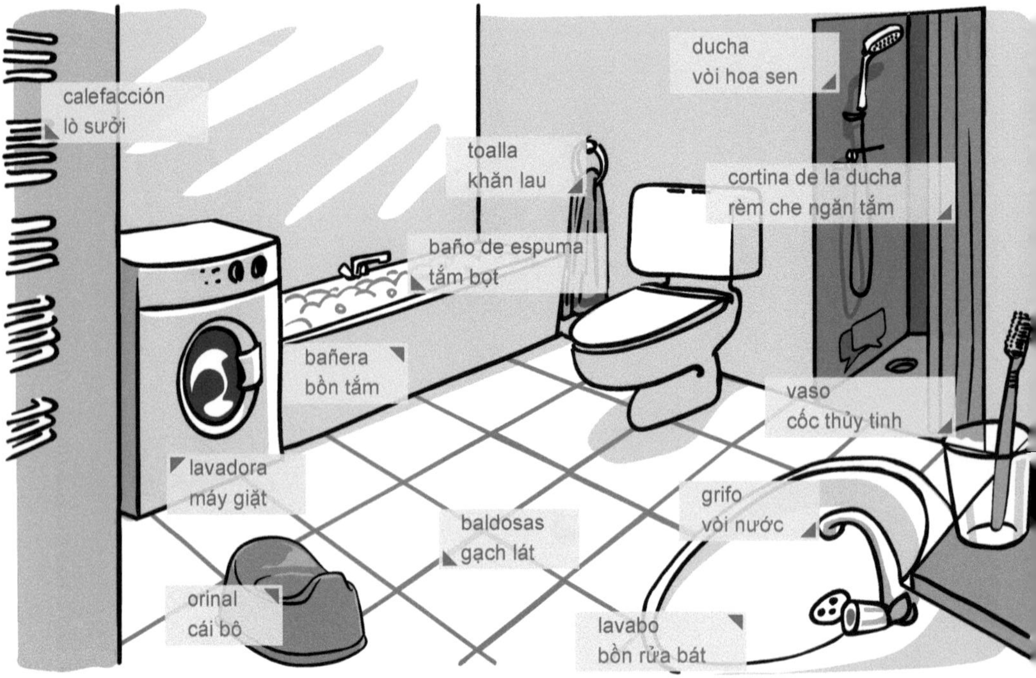

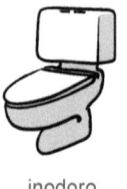

inodoro
bồn cầu

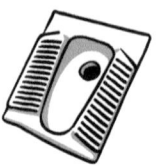

inodoro rústico
bồn cầu ngồi xổm

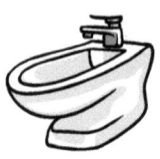

bidé
bồn rửa hậu môn

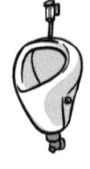

urinario
bồn tiểu tiện

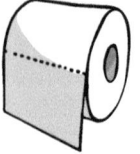

papel higiénico
giấy vệ sinh

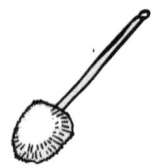

escobilla del váter
bàn chải cọ bồn cầu

cepillo de dientes

bàn chải đánh răng

pasta de dientes

kem đánh răng

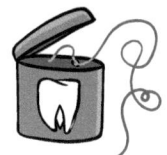

hilo dental

chỉ nha khoa

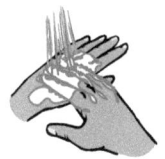

lavar

rửa

ducha de mano

vòi sen cầm tay

ducha íntima

vòi rửa hậu môn

pila

bồn rửa

cepillo de espalda

bàn chải cọ lưng

jabón

xà phòng

gel de ducha

sữa tắm

champú

dầu gội

toallita

khăn cọ để tắm

desagüe

lỗ thoát nước

crema

kem

desodorante

chất khử mùi

espejo

gương

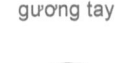

espejo de tocador

gương tay

maquinilla de afeitar

dao cạo râu

espuma de afeitar

kem cạo râu

loción postafeitado

nước thơm dùng sau khi
cạo râu

peine

cái lược

cepillo

bàn chải

secador

máy xấy tóc

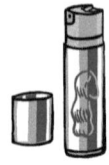

laca

keo xịt tóc

maquillaje

đồ trang điểm

pintalabios

thỏi son môi

pintauñas

sơn bôi móng

algodón

bông

cortauñas

kéo cắt móng

perfume

nước hoa

estuche de viaje

túi đựng đồ tắm

banqueta

ghế đẩu

balanza

cái cân

albornoz

áo choàng tắm

guantes de goma

găng tay làm vệ sinh

tampón

nút gạc

compresa

băng vệ sinh

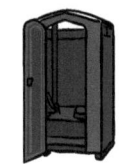

inodoro químico

nhà vệ sinh hóa chất

habitación de los niños
phòng trẻ em

despertador
đồng hồ báo thức
peluche
thú bông
coche de juguete
xe đồ chơi
sonajero
cái lúc lắc
casa de muñecas
nhà búp bê
regalo
món quà

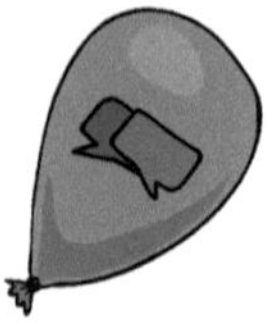

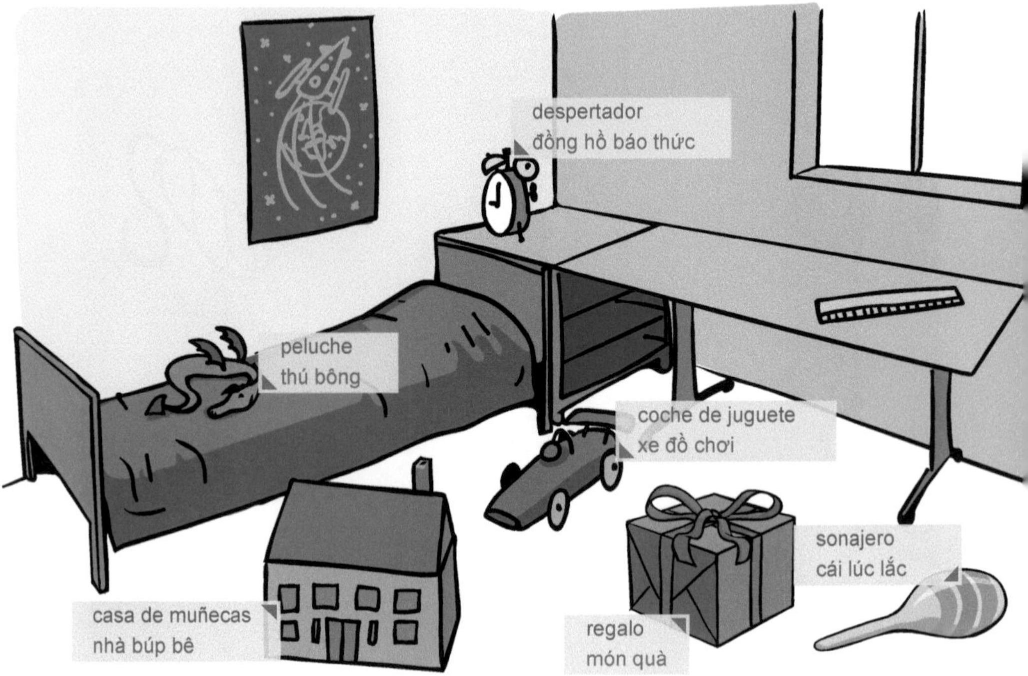

globo

bong bóng

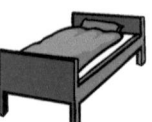

cama

giường

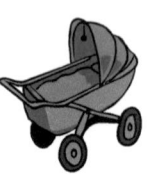

coche de niño

xe nôi

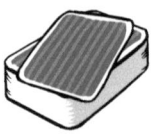

naipes

trò chơi bài

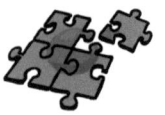

puzle

trò chơi ghép hình

tebeo

truyện tranh

piezas de lego

gạch Lego

bloques de juguete

khối xếp hình

figura de acción

nhân vật hành động

bodi (de bebé)

áo liền quần cho trẻ sơ sinh

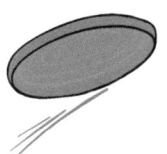

frisbee

đĩa nhựa để ném

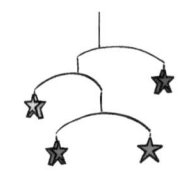

colgador móvil para bebés

đồ chơi treo trên giường

juego de mesa

trò chơi cờ bàn

dados

xúc xắc

circuito de tren eléctrico

đồ chơi xe lửa mô hình

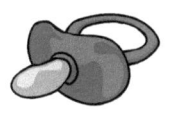

maniquí

ti giả

fiesta

buổi tiệc

álbum de fotos

sách tranh

pelota

quả bóng

muñeca

búp bê

jugar

chơi

cajón de arena

hố cát

columpio

cái đu

juguetes

đồ chơi

videoconsola

máy chơi game cầm tay

triciclo

xe ba bánh

oso de peluche

gấu bông

guardarropa

tủ quần áo

ropa

y phục

calcetines

bít tất

medias

bít tất dài

leotardos

quần tất

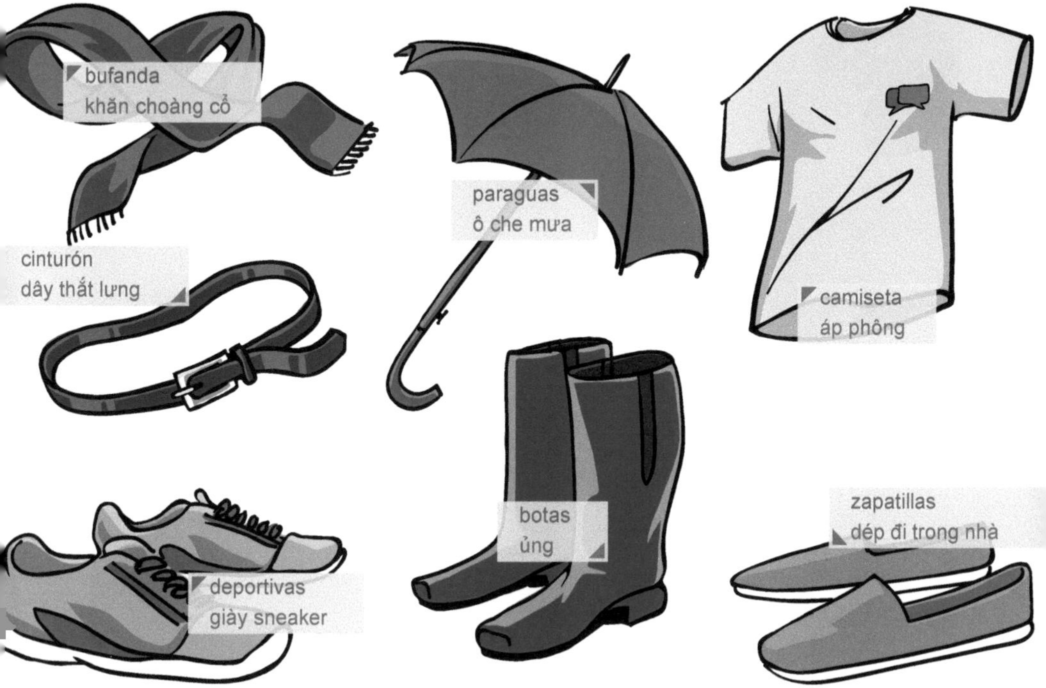

bufanda
khăn choàng cổ

paraguas
ô che mưa

camiseta
áp phông

cinturón
dây thắt lưng

botas
ủng

zapatillas
dép đi trong nhà

deportivas
giày sneaker

sandalias
dép xăng đan

zapatos
giày

botas de goma
ủng cao su

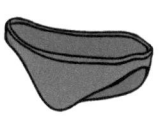

slip
quần lót

sostén
áo ngực

chaleco
áo vest

bodi

áo ôm sát cơ thể

pantalones

quần dài

vaqueros

quần bò

falda

váy

blusa

áo cánh

camisa

áo sơ mi

jersey

áo len chui đầu

suéter

áo len

blazer

áo blazer

chaqueta

áo jacket

abrigo

áo khoác

gabardina

áo mưa

traje

trang phục

vestido

áo váy

vestido de novia

áo cưới

traje

bộ com lê

camisón

áo ngủ

pijama

pijama

sari

trang phục sari

bandana

khăn trùm đầu

turbante

khăn đội đầu

burka

áo burka

caftán

áo captan

abaya

áo aba

traje de baño

quần áo bơi

bañador

quần bơi

pantalones cortos

quần đùi

chándal

quần áo tracksuit

delantal

tạp dề

guantes

găng tay

botón

cái cúc

gafas

kính mắt

brazalete

vòng đeo tay

collar

vòng cổ

anillo

nhẫn

pendiente

hoa tai

gorra

mũ lưỡi trai

percha

cái mắc treo áo quần

sombrero

mũ

corbata

cà vạt

cremallera

dây kéo phéc mơ tuya

casco

mũ bảo hiểm

tirantes

dây đeo quần

uniforme escolar

đồng phục học sinh

uniforme

đồng phục

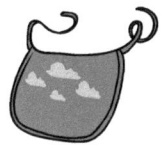

babero

yếm trẻ em

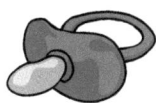

maniquí

ti giả

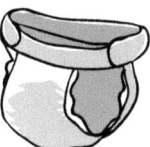

pañal

tã lót

oficina

văn phòng

servidor
máy chủ
archivo
tủ hồ sơ
impresora
máy in
papel
giấy
monitor
màn hình
ratón
chuột máy tính
escritorio
bàn làm việc
carpeta
thư mục
teclado
bàn phím
papelera
thùng rác giấy
ordenador
máy tính
silla
ghế

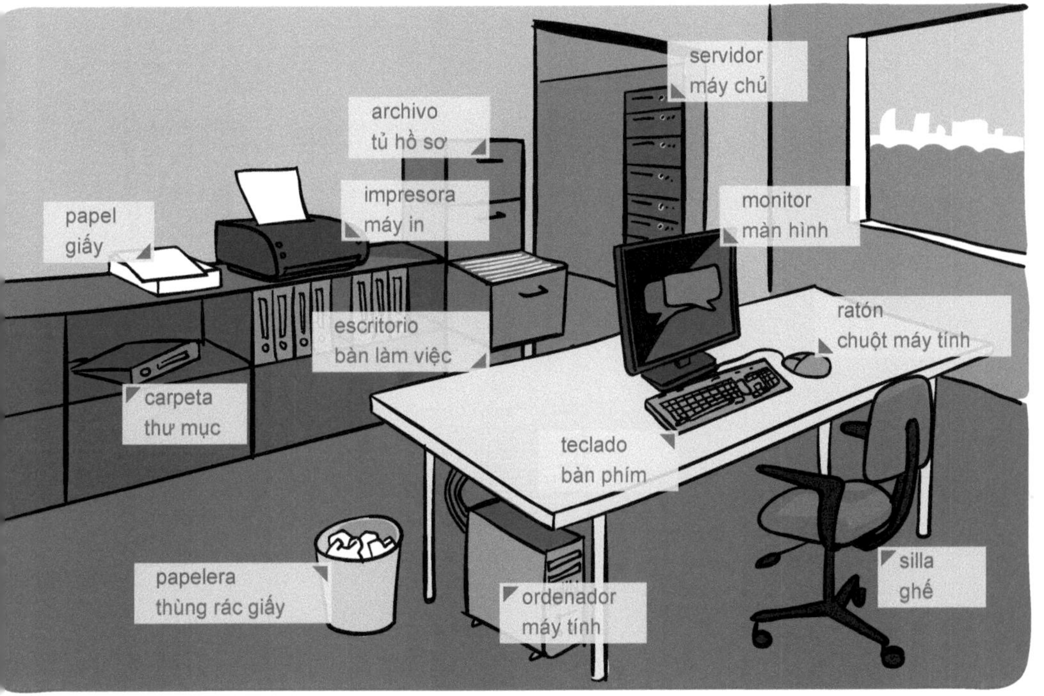

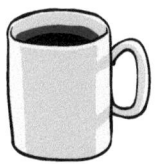

taza de café

cốc cà phê

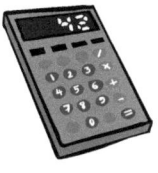

calculadora

máy tính bỏ túi

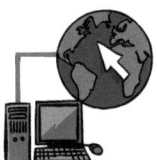

internet

internet

portátil

laptop

carta

thư

mensaje

tin nhắn

móvil

điện thoại di động

red

mạng

fotocopiadora

máy photocopy

software

phần mềm

teléfono

điện thoại

toma de corriente

ổ cắm điện

fax

máy fax

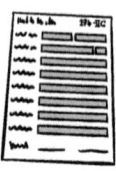

formulario

mẫu đơn

documento

chứng từ

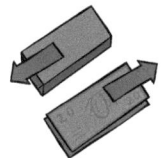

comprar

mua

pagar

trả tiền

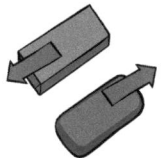

comerciar

buôn bán

dinero

tiền

dólar

đô la

euro

Euro

yen

yên

rublo

rúp

franco suizo

franc Thụy Sĩ

renminbi yuan

nhân dân tệ

rupia

rupi

cajero automático

máy rút tiền tự động

oficina de cambio de divisas

quầy đổi tiền

oro

vàng

plata

bạc

petróleo

dầu

energía

năng lượng

precio

giá tiền

contrato

hợp đồng

impuesto

thuế

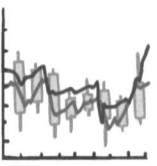

acción

cổ phiếu

trabajar

làm việc

empleado

nhân viên

empleador

chủ lao động

fábrica

nhà máy

tienda

cửa hiệu

oficios
nghề nghiệp

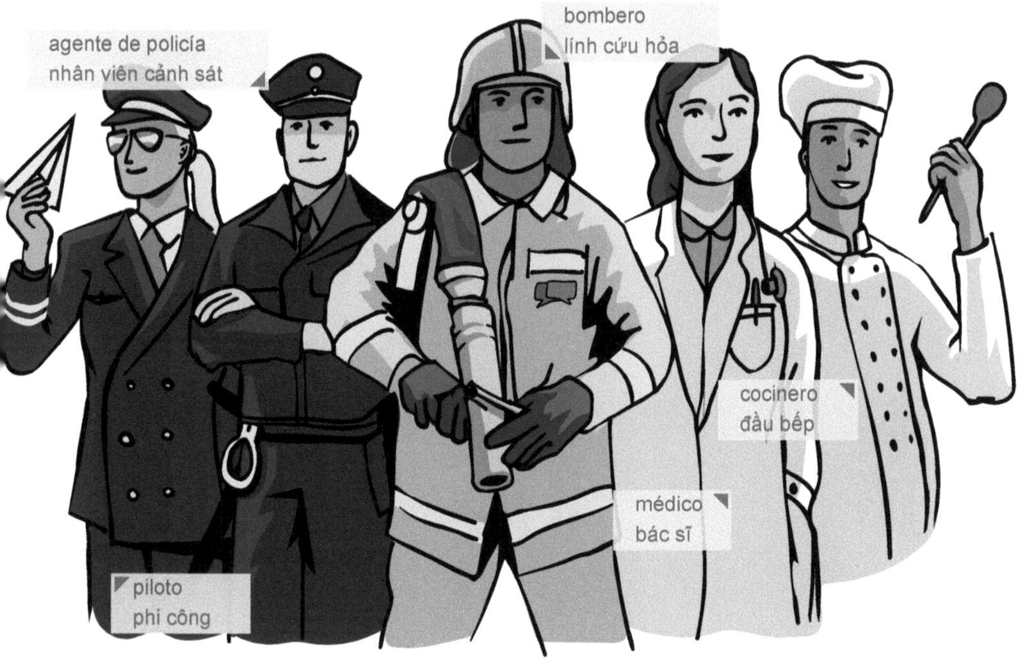
agente de policía
nhân viên cảnh sát
bombero
lính cứu hỏa
cocinero
đầu bếp
médico
bác sĩ
piloto
phi công

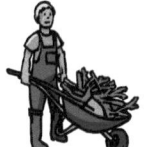

jardinero

người làm vườn

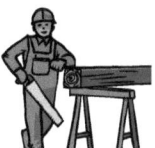

carpintero

thợ mộc

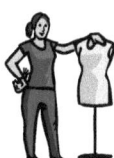

costurera

thợ may

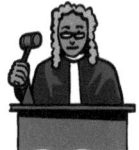

juez

chánh án

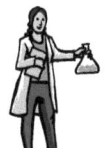

farmacéutico

nhà hóa học

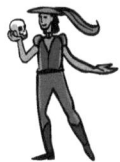

actor

diễn viên

conductor de autobús
tài xế xe buýt

taxista
người lái taxi

pescador
ngư dân

señora de la limpieza
người lau dọn vệ sinh

techador
thợ lợp mái nhà

camarero
bồi bàn

cazador
thợ săn

pintor
họa sĩ

panadero
thợ làm bánh

electricista
thợ điện

obrero
thợ xây dựng

ingeniero
kỹ sư

carnicero
người hàng thịt

fontanero
thợ sửa ống nước

cartero
người đưa thư

soldado
người lính

arquitecto
kiến trúc sư

cajero
nhân viên thu ngân

florista
người bán hoa

peluquero
thợ cắt tóc

revisor
nhân viên soát vé

mecánico
thợ cơ khí

capitán
thuyền trưởng

dentista
nha sĩ

científico
nhà khoa học

rabino
giáo sĩ Do thái

imán
lãnh tụ Hồi giáo

monje
nhà sư

sacerdote
mục sư

herramientas
dụng cụ

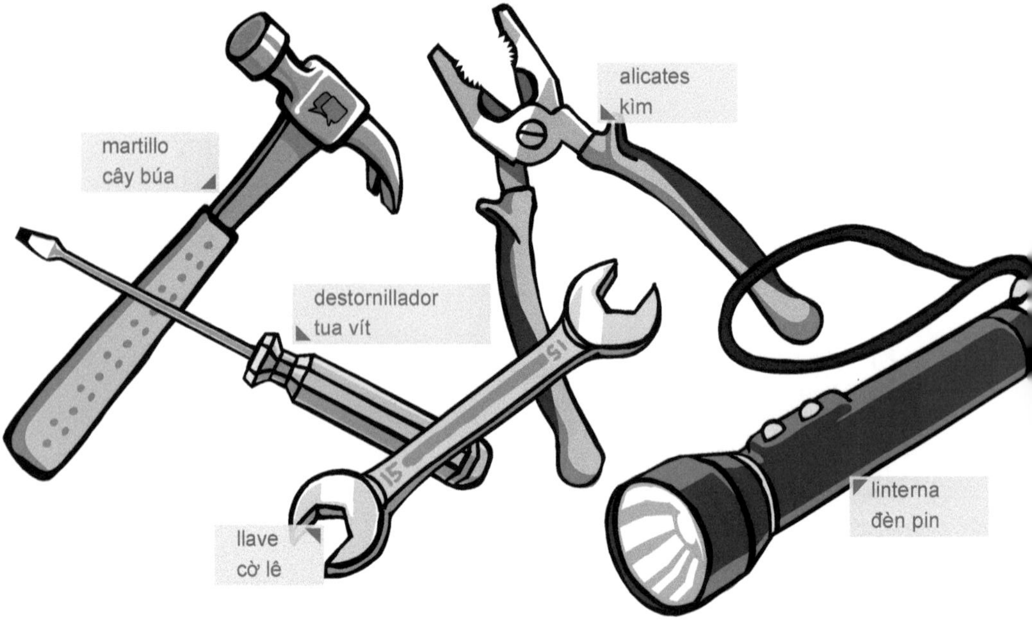

alicates
kìm
martillo
cây búa
destornillador
tua vít
llave
cờ lê
linterna
đèn pin

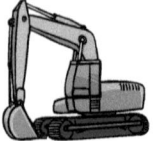

excavadora

máy xúc đất

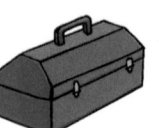

caja de herramientas

hộp dụng cụ

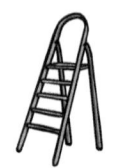

escalera de mano

cái thang

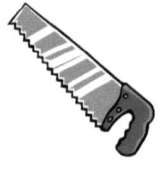

sierra

cưa

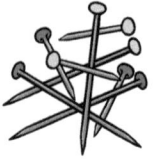

clavos

đinh

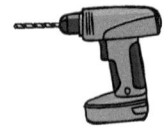

taladro

máy khoan

reparar

sửa chữa

pala

cái xẻng

¡Maldita sea!

khốn nạn!

recogedor

cái hót rác

bote de pintura

thùng sơn

tornillos

vít

instrumentos musicales
nhạc cụ

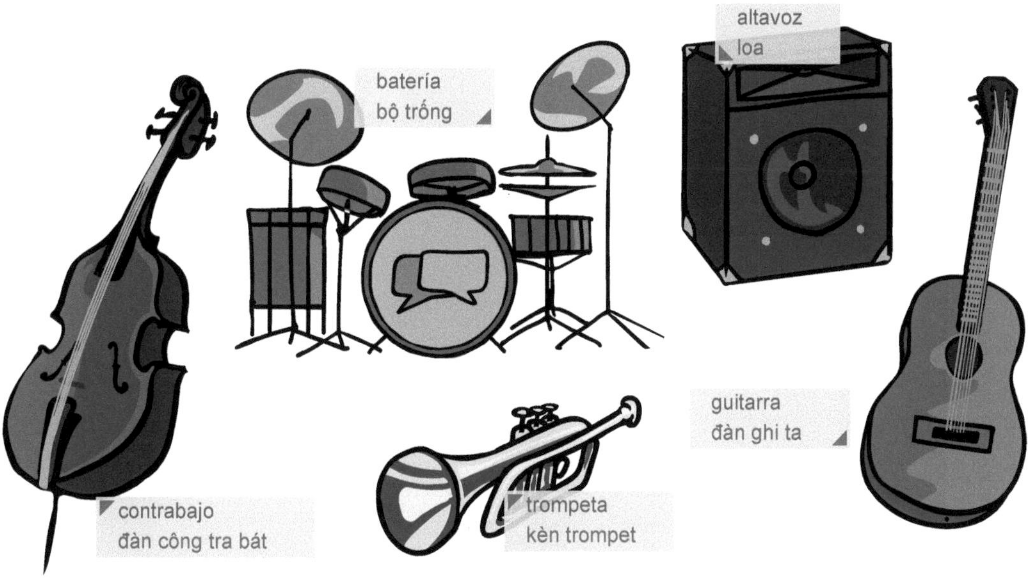

batería
bộ trống

altavoz
loa

contrabajo
đàn công tra bát

trompeta
kèn trompet

guitarra
đàn ghi ta

piano

đàn piano

violín

đàn vĩ cầm

bajo

ghi ta bass

timbales

trống định âm

tambor

trống

teclado

đàn organ

saxofón

kèn Saxophone

flauta

sáo

micrófono

micro

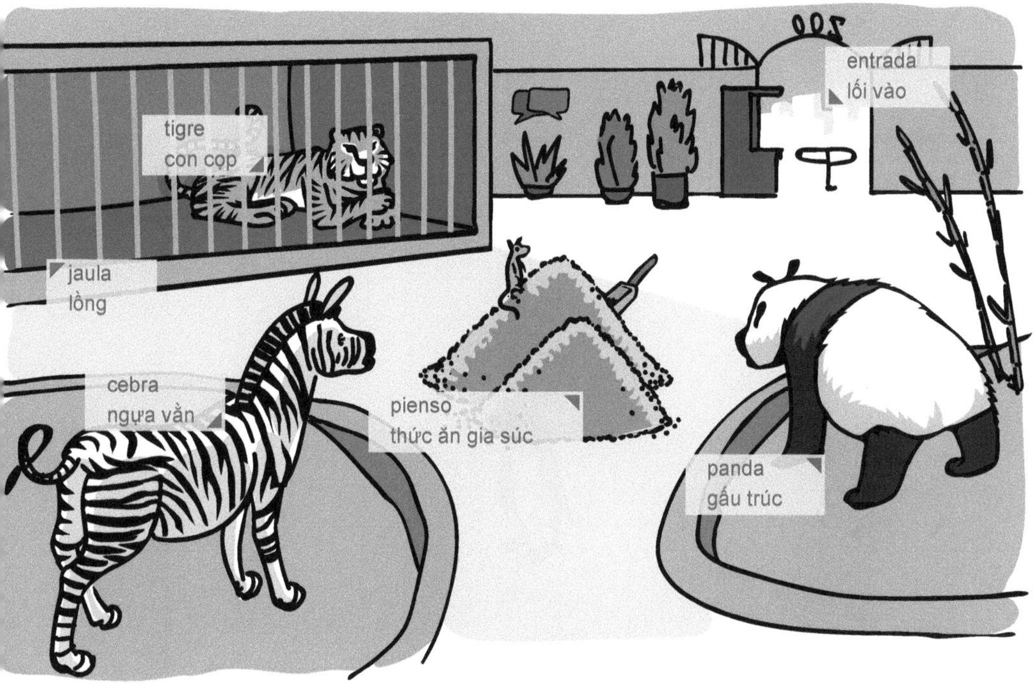

tigre
con cọp

entrada
lối vào

jaula
lồng

cebra
ngựa vằn

pienso
thức ăn gia súc

panda
gấu trúc

animales

động vật

elefante

con voi

canguro

chuột túi

rinoceronte

tê giác

gorila

khỉ đột

oso

con gấu

camello

lạc đà

avestruz

đà điểu

león

sư tử

mono

con khỉ

flamingo

hồng hạc

loro

con vẹt

oso polar

gấu bắc cực

pingüino

chim cánh cụt

tiburón

cá mập

pavo real

con công

serpiente

con rắn

cocodrilo

cá sấu

guardián de zoológico

người trông giữ vườn bách
thú

foca

hải cẩu

jaguar

báo đốm

poni

ngựa lùn

leopardo

con báo

hipopótamo

hà mã

jirafa

hươu cao cổ

águila

đại bàng

jabalí

heo rừng

pescado

cá

tortuga

con rùa

morsa

hải mã

zorro

con cáo

gacela

linh dương

fútbol americano
bóng bầu dục Mỹ

ciclismo
đua xe đạp

tenis
quần vợt

baloncesto
bóng rổ

natación
bơi

boxeo
đấm bốc

hockey sobre hielo
khúc côn cầu trên băng

fútbol
bóng đá

bádminton
cầu lông

atletismo
điền kinh

balonmano
bóng ném

esquí
trượt tuyết

polo
polo

actividades
các hoạt động

reír
cười
saltar
nhảy
abrazar
ôm
caminar
đi bộ
cantar
ca hát
soñar
mơ
rezar
cầu nguyện
besar
hôn

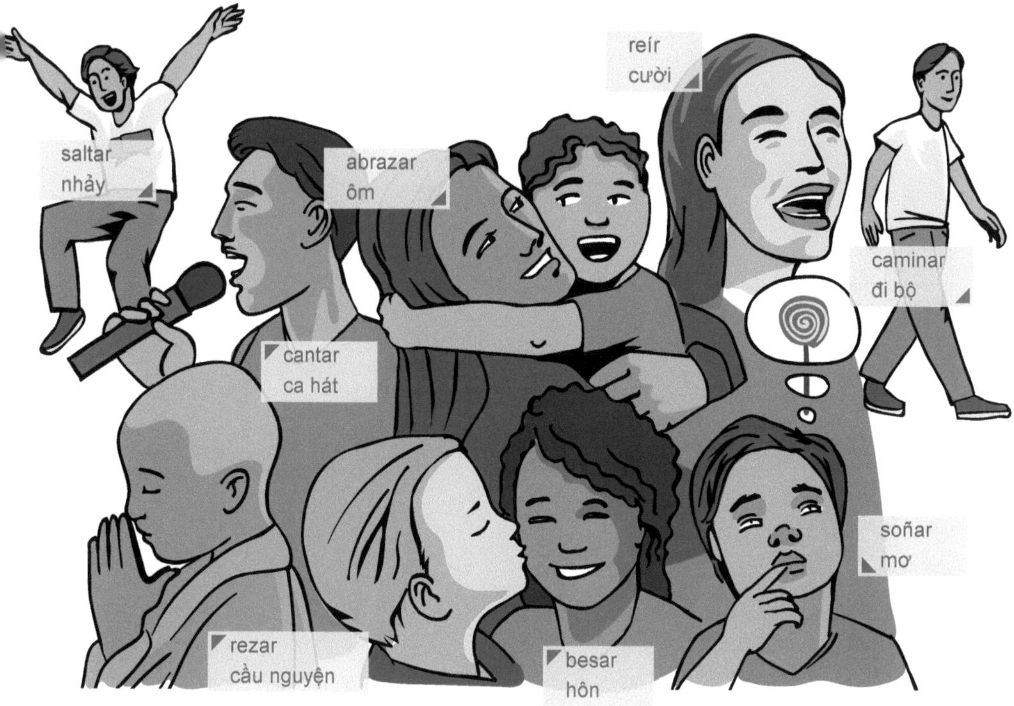

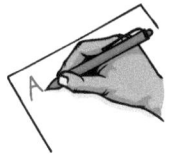

escribir

viết

dibujar

vẽ

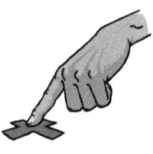

mostrar

chỉ trỏ

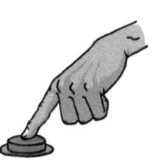

empujar

đẩy

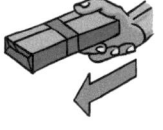

dar

cho

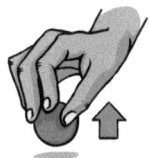

tomar

lấy đi

tener

có

hacer

làm

ser

thì / là

estar de pie

đứng

correr

chạy

tirar

kéo

tirar

ném

caer

rơi

yacer

nằm

esperar

chờ đợi

llevar

mang vác

estar sentado

ngồi

vestirse

mặc quần áo

dormir

ngủ

despertar

thức dậy

mirar

xem

llorar

khóc

acariciar

vuốt ve

peinar

chải

hablar

nói chuyện

entender

hiểu

preguntar

câu hỏi

escuchar

nghe

beber

uống

comer

ăn

ordenar

dọn dẹp

amar

yêu

cocinar

nấu nướng

conducir

lái xe

volar

bay

navegar

đi thuyền buồm

calcular

tính toán

leer

đọc

aprender

học

trabajar

làm việc

casarse

cưới

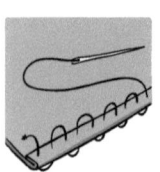

coser

khâu vá

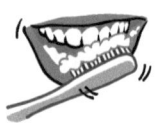

cepillarse los dientes

đánh răng

matar

giết

fumar

hút thuốc

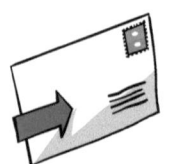

enviar

gửi đi

abuela
bà nội (ngoại)

abuelo
ông nội (ngoại)

padre
cha

madre
mẹ

bebé
trẻ con

hija
con gái

hijo
con trai

invitado

khách

tía

cô (dì)

tío

chú, bác (cậu)

hermano

anh (em) trai

hermana

chị (em) gái

cuerpo
cơ thể

frente
trán
ojo
mắt
cara
mặt
barbilla
cằm
pecho
ngực
dedo
ngón tay
mano
bàn tay
brazo
cánh tay
hombro
vai
pierna
chân

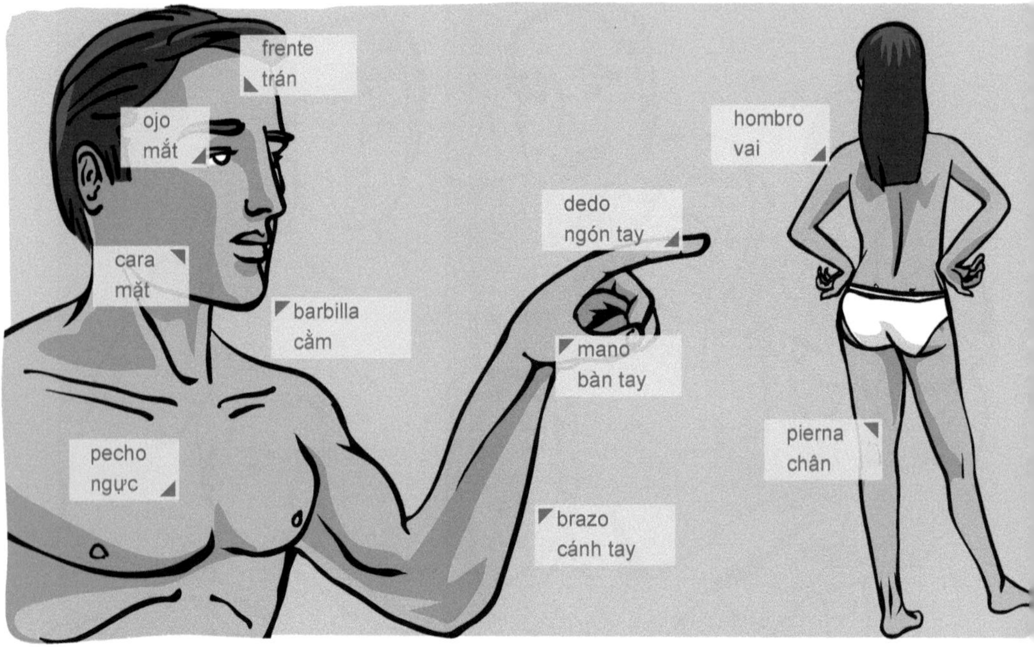

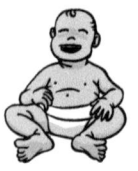

bebé
trẻ con

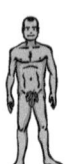

hombre
đàn ông

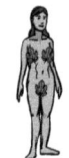

mujer
phụ nữ

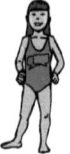

chica
bé gái

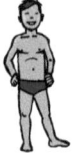

chico
bé trai

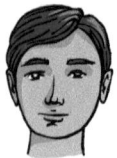

cabeza
đầu

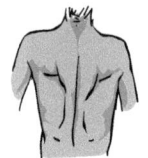

espalda

lưng

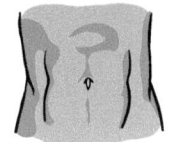

vientre

bụng

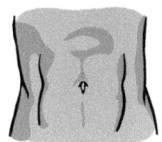

ombligo

rốn

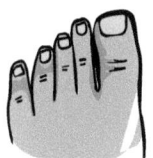

dedo del pie

ngón chân

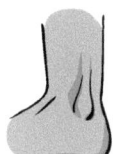

talón

gót chân

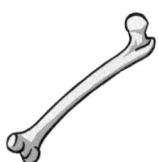

hueso

xương

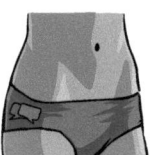

cadera

hông

rodilla

đầu gối

codo

khuỷu tay

nariz

mũi

trasero

mông

piel

da

mejilla

má

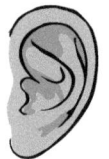

oído

tai

labio

môi

boca

miệng

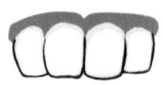

diente

răng

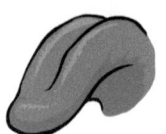

lengua

lưỡi

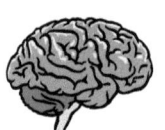

cerebro

não

corazón

tim

músculo

cơ bắp

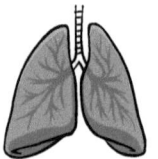

pulmón

phổi

hígado

gan

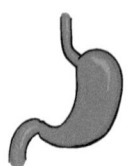

estómago

dạ dày

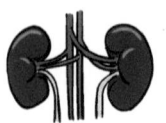

riñones

thận

sexo

giao hợp

condón

bao cao su

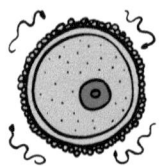

ovario

noãn

semen

tinh dịch

embarazo

mang thai

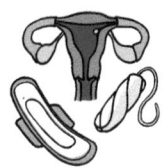

menstruación

kinh nguyệt

vagina

âm vật

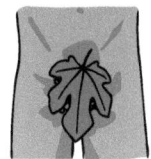

pene

dương vật

ceja

lông mày

pelo

tóc

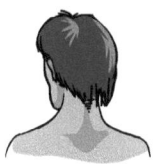

cuello

cổ

hospital
bệnh viện

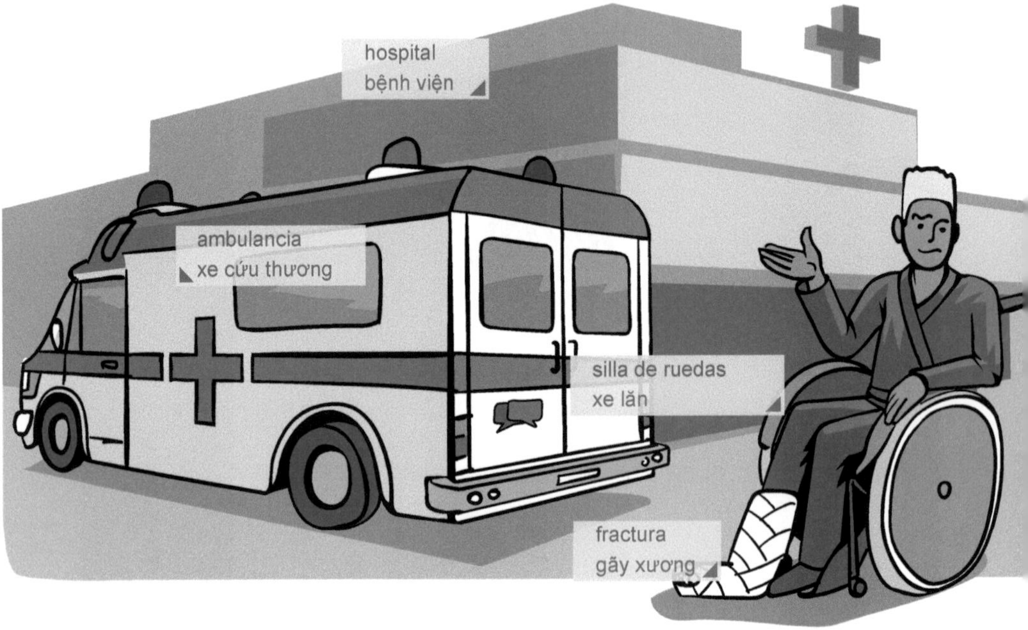

hospital
bệnh viện
ambulancia
xe cứu thương
silla de ruedas
xe lăn
fractura
gãy xương

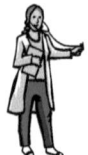

médico

bác sĩ

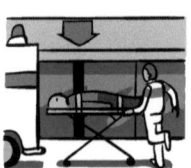

sala de urgencias

phòng cấp cứu

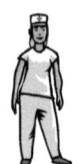

enfermera

y tá

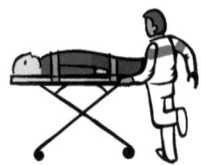

urgencia

cấp cứu

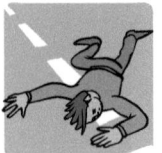

inconsciente

bất tỉnh

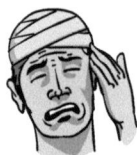

dolor

cơn đau

lesión

bị thương

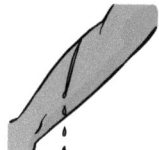

hemorragia

chảy máu

infarto

nhồi máu cơ tim

ictus

đột quỵ

alergia

dị ứng

tos

ho

fiebre

sốt

gripe

cúm

diarrea

tiêu chảy

dolor de cabeza

đau đầu

cáncer

ung thư

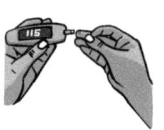

diabetes

bệnh tiểu đường

cirujano

bác sĩ phẫu thuật

bisturí

dao mổ

operación

giải phẫu

TAC

chụp cắt lớp

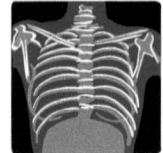

rayos x

chụp x-quang

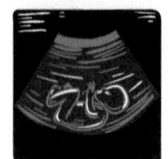

ultrasonido

siêu âm

mascarilla

mặt nạ

enfermedad

bệnh

sala de espera

phòng đợi

muleta

cái nạng

tirita

băng dán vết thương

venda

băng bó

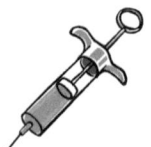

inyección

tiêm thuốc

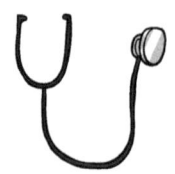

estetoscopio

ống nghe khám bệnh

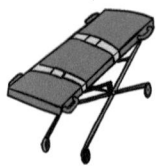

camilla

băng ca

termómetro

nhiệt kế

nacimiento

sinh đẻ

sobrepeso

thừa cân

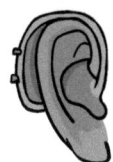

audífono

máy trợ thính

desinfectante

chất khử trùng

infección

nhiễm trùng

virus

vi rút

VIH / SIDA

HIV / AIDS

medicina

thuốc

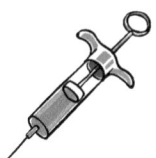

vacunación

tiêm chủng

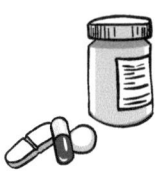

tabletas

thuốc viên

pastilla

viên thuốc

llamada de urgencia

gọi cấp cứu

tensiómetro

máy đo huyết áp

enfermo / sano

bệnh / khỏe mạnh

¡Socorro!

cứu!

alarma

báo động

asalto

cuộc đột kích

ataque

sự tấn công

peligro

mối nguy hiểm

salida de emergencia

lối thoát hiểm

¡Fuego!

cháy!

extintor de incendios

bình chữa cháy

accidente

tai nạn

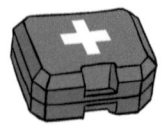

botiquín de primeros auxilios

bộ dụng cụ sơ cứu

SOS

SOS

policía

cảnh sát

Europa

châu Âu

Norteamérica

Bắc Mỹ

Sudamérica

Nam Mỹ

África

châu Phi

Asia

châu Á

Australia

châu Úc

Atlántico

Đại Tây Dương

Pacífico

Thái Bình Dương

Océano Índico

Ấn Độ Dương

Océano Antártico

Nam Cực Dương

Océano Ártico

Bắc Băng Dương

polo norte

bắc cực

polo sur

nam cực

Antártida

nam cực

tierra

trái đất

tierra

đất liền

mar

biển

isla

đảo

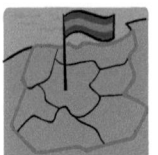

nación

quốc gia

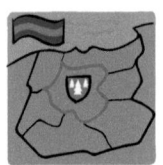

estado

nhà nước

esfera

mặt đồng hồ

manecilla de las horas

kim chỉ giờ

minutero

kim chỉ phút

segundero

kim chỉ giây

¿Qué hora es?

Bây giờ là mấy giờ?

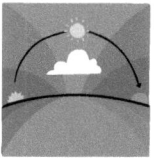

día

ngày

tiempo

thời gian

ahora

bây giờ

reloj digital

đồng hồ điện tử

minuto

phút

hora

giờ

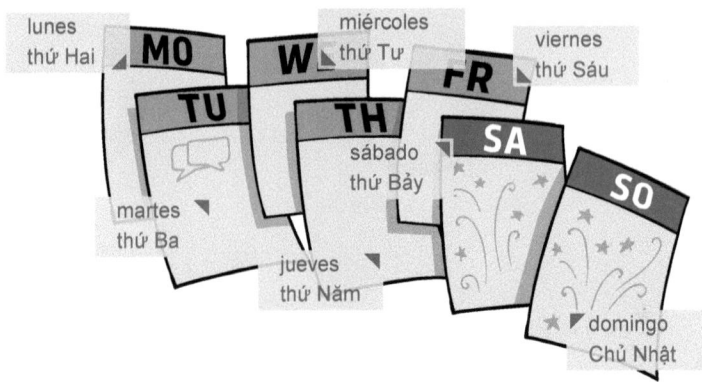

lunes
thứ Hai

miércoles
thứ Tư

viernes
thứ Sáu

martes
thứ Ba

sábado
thứ Bảy

jueves
thứ Năm

domingo
Chủ Nhật

ayer

hôm qua

hoy

hôm nay

mañana

ngày mai

mañana

buổi sáng

mediodía

buổi trưa

tarde

buổi tối

días laborables

ngày làm việc

fin de semana

cuối tuần

lluvia
mưa

arcoíris
cầu vồng

viento
gió

nieve
tuyết

primavera
mùa xuân

otoño
mùa thu

verano
mùa hè

invierno
mùa đông

4.APRIL	11°	☀
5.APRIL	4°	☁
6.APRIL	13°	☁
7.APRIL	8°	☀
8.APRIL	10°	☀

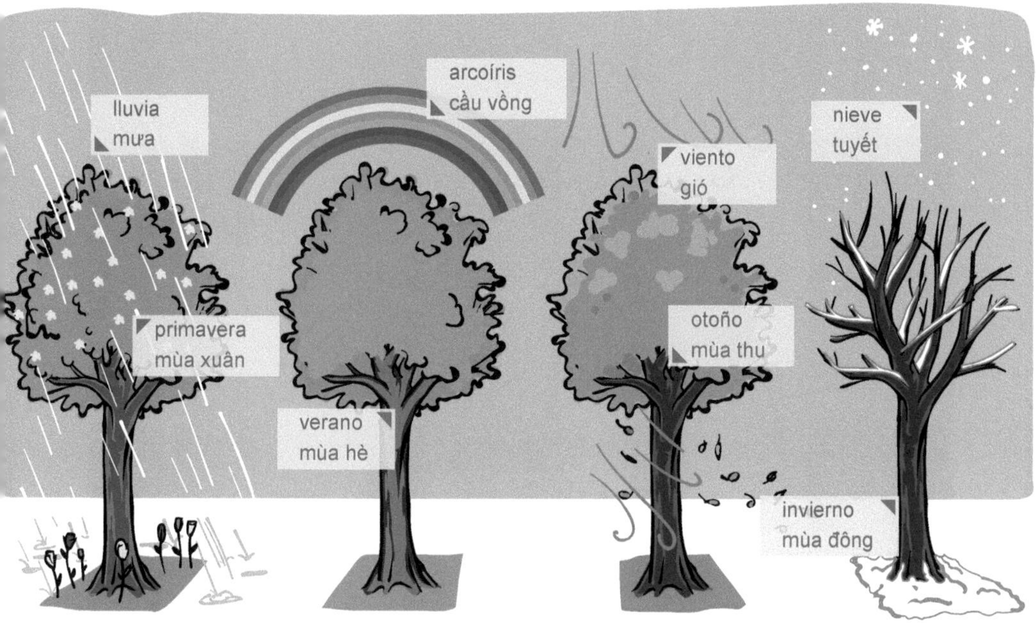

pronóstico del tiempo

dự báo thời tiết

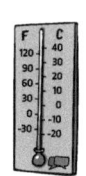

termómetro

nhiệt kế

sol

ánh nắng

nube

mây

niebla

sương mù

humedad

độ ẩm không khí

rayo

tia chớp

trueno

sấm sét

tormenta

cơn bão

granizo

mưa đá

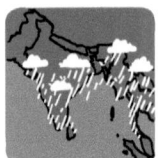

monzón

gió mùa

inundación

lũ lụt

hielo

nước đá

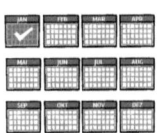

enero

tháng Một

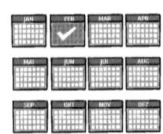

febrero

tháng Hai

marzo

tháng Ba

abril

tháng Tư

mayo

tháng Năm

junio

tháng Sáu

julio

tháng Bảy

agosto

tháng Tám

año - năm

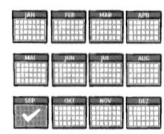

septiembre

tháng Chín

octubre

tháng Mười

noviembre

tháng Mười Một

diciembre

tháng Mười Hai

formas
hình dạng

círculo

hình tròn

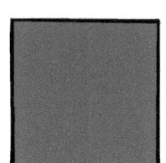

cuadrado

hình vuông

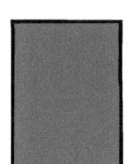

rectángulo

hình chữ nhật

triángulo

hình tam giác

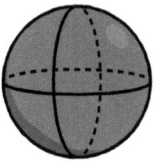

esfera

hình cầu

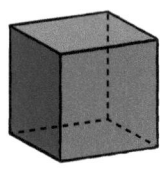

cubo

khối vuông

blanco
màu trắng

amarillo
màu vàng

anaranjado
màu cam

rosa
màu hồng

rojo
màu đỏ

morado
màu tím

azul
màu xanh dương

verde
màu xanh lá cây

marrón
màu nâu

gris
màu xám

negro
màu đen

mucho / poco

nhiều / ít

enojado / tranquilo

tức tối / điềm tĩnh

bonito / feo

xinh đẹp / xấu xí

principio / fin

bắt đầu / kết thúc

grande / pequeño

to / nhỏ

claro / oscuro

sáng / tối

hermano / hermana

anh (em) trai / chị (em) gái

limpio / sucio

sạch / bẩn

completo / incompleto

đủ / thiếu

día / noche

ngày / đêm

muerto / vivo

chết / sống

ancho / estrecho

rộng / chật hẹp

comestible / no comestible

ăn được / không ăn được

malo / amable

ác / tử tế

entusiasmado / aburrido

hào hứng / chán nản

gordo / delgado

béo / gầy

primero / último

đầu tiên / cuối cùng

amigo / enemigo

bạn / thù

lleno / vacío

đầy / rỗng

duro / blando

cứng / mềm

pesado / ligero

nặng / nhẹ

hambre / sed

đói / khát

enfermo / sano

bệnh / khỏe mạnh

ilegal / legal

bất hợp pháp / hợp pháp

inteligente / tonto

thông minh / ngu

izquierda / derecha

trái / phải

cerca / lejos

gần / xa

opuestos - đối lập

nuevo / usado

mới / cũ

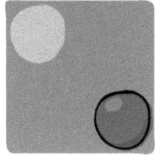

nada / algo

không có gì cả / có cái gì đó

viejo / joven

già / trẻ

encendido / apagado

bật / tắt

abierto / cerrado

mở / đóng

silencioso / ruidoso

im lặng / ồn ào

rico / pobre

giàu / nghèo

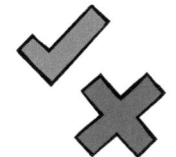

correcto / incorrecto

đúng / sai

áspero / suave

sần sùi / mịn màng

triste / contento

buồn / vui

corto / largo

ngắn / dài

lento / rápido

chậm / nhanh

húmedo / seco

ẩm ướt / khô ráo

cálido / frío

ấm áp / mát mẻ

guerra / paz

chiến tranh / hòa bình

números

con số

0

cero

số không

1

uno

một

2

dos

hai

3

tres

ba

4

cuatro

bốn

5

cinco

năm

6

seis

sáu

7

siete

bảy

8

ocho

tám

9

nueve

chín

10

diez

mười

11

once

mười một

12

doce

mười hai

13

trece

mười ba

14

catorce

mười bốn

15

quince

mười lăm

16

dieciséis

mười sáu

17

diecisiete

mười bảy

18

dieciocho

mười tám

19

diecinueve

mười chín

20

veinte

hai mươi

100

cien

một trăm

1.000

mil

một ngàn

1.000.000

millón

một triệu

inglés

tiếng Anh

inglés americano

tiếng Anh Mỹ

chino mandarín

tiếng Quan Thoại

hindi

tiếng Hin-di

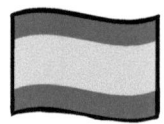

español

tiếng Tây Ban Nha

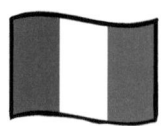

francés

tiếng Pháp

árabe

tiếng Ả-rập

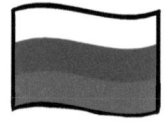

ruso

tiếng Nga

portugués

tiếng Bồ Đào Nha

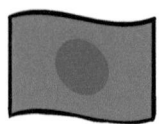

bengalí

tiếng Bengal

alemán

tiếng Đức

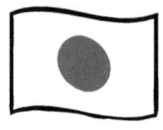

japonés

tiếng Nhật

yo

tôi

tú

bạn

él / ella / ello

anh ta / cô ta / nó

nosotros/as

chúng tôi

vosotros/as

các bạn

ellos/as

họ

¿quién?

ai?

¿qué?

cái gì?

¿cómo?

như thế nào?

¿dónde?

ở đâu?

¿cuándo?

lúc nào?

nombre

tên

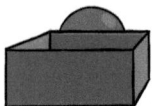

detrás

phía sau

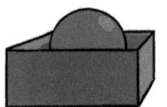

en

ở trong

delante de

phía trước

por encima de

phía trên

sobre

ở trên

debajo de

ở dưới

junto a

bên cạnh

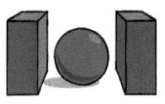

entre

ở giữa

lugar

chỗ